மனதின் சாரல்

SEARING MELODIES: ECSTATIC AND ACHING VERSES OF ENDEARING LOVE

கவினர் நீது

Made with ♥ on the Notion Press Platform
www.notionpress.com

என்னை பெற்றெடுத்த என் தெய்வத்தாய் ஜெ தமிழ்ச்செல்வி

அவர்களுக்கு இப்புத்தகத்தை காணிக்கை ஆக்குகிறேன்.

என்னை கவிஞனாக உருவாக்கிய என் கவிஞனின் பொற்பாதங்களில்

என் கவிதையில் உள்ள ஒவ்வொரு வார்த்தைகளையும்

சமர்ப்பிக்கிறேன்.

பொருளடக்கம்

நன்றி vii

முகவுரை ix

1. அன்பு 1

ரசிகை

கல்நெஞ்சகாரா...

2. காதல் 7

கிடைத்தது காதல்

காதல் மனமும் மணமும்

காதல் பிழை திருத்தம் நெஞ்சே

வெட்கமும் போராட்டமும்

3. என்னவன் 17

என்னவனின் எண்ணங்கள்

என்னவன் முகம்

4. பிரிவும் துயரமும் 23

அந்த நொடி

சுமை

தூரம் தொலைவல்ல

புரிந்ததும் புரியாததும்

புரிவது நன்று

என் அன்பு பிழையில்லை

5. உணர்வுகள் 37

என் மென்மை உணர்வு

உணர்வும் உள்ளமும்

6. வாழ்க்கை 43

பொருளடக்கம்

மௌன வாழ்வு

அர்த்தமற்ற வாழ்க்கை

7. நினைவு 49

நினைவும் நிழலும்

நிலைத்திருப்பது உன் நினைவுகள்

மாறாத படபடப்பு

எதிர்பாரா எதிர்பார்ப்பு

நிறைவு கவிதைச் சாரல் 59

நன்றி

என் மனதின் சாரல் கவிதை தொகுப்பை கலை நயத்தோடு பிரத்தியேகமாக வடிவமைத்து கொடுத்த என் மாணவன் திரு பிரவீன் மற்றும் என் மகள் ஸ்ரீ யாசவிக்கும் நன்றிகள் பல. இப் புத்தகத்தில் உள்ள கவிதைகளையும் வரிகளையும் பிழை திருத்தம் செய்து ஒரு முழு புத்தக தொகுப்பாக உருவாக உறுதுணையாக இருந்த என் மாணவர்கள் திரு கவின் மற்றும் திரு கவின் பரிதி அவர்களுக்கும் என் மனமார்ந்த நன்றிகள். நான் உத்வேகத்துடன் இந்த கவிதை தொகுப்பை முழுமையாக முடிக்க துணையாக இருந்த அனைத்து அன்பு உள்ளங்களுக்கும் என் நெஞ்சார்ந்த வணக்கங்கள். எல்லாவற்றையும் விட என் கவிதைகளை கேட்டு என்னை உற்சாகப்படுத்திய ரசனை மிகுந்த ரசிகர்களுக்கும், ரசிக்கப் போகும் வாசகர்களுக்கும் என் அன்பு கலந்த நன்றிகள்!!!

முகவுரை

கவிதை என்பது எண்ணங்களின் வெளிப்பாடு. ஒரு கவிஞர் தன் கவிதைகளை எழுதும் பொழுது அவரின் அனுபவங்களை அல்லது புரிதல்களை கவிதையின் வாயிலாக வெளிப்படுத்துவார். இந்தப் புத்தகமும் அதேபோல் என் வாழ்க்கை அனுபவங்கள் மற்றும் உணர்வுகள் அடங்கிய கவிதைகளின் தொகுப்பு. இப்புத்தகம் அனைவரும் வாழ்க்கையில் ஏங்கும் அன்பு, காதல் பற்றிய சில கவிதைகள் கொண்டுள்ளது. அதே போல் ஒரு பெண் தன் எண்ணத்தில் இருக்கும் ஆண்மகனை பற்றிய எண்ணங்களை வெளிப்படுத்துவது போல் சில கவிதைகள் உள்ளன. காதல் மற்றும் வாழ்க்கை போராட்டத்தில் உறவுகளில் ஏற்படும் பிரிவும் துயரமும் அதை சார்ந்த உணர்வுகள் அடங்கிய கவிதை தொகுப்புகள் உள்ளன. ஒரு சில கவிதைகள் வாழ்க்கை என்ற தலைப்பிலும், நினைவு எவ்வளவு ஆழமானது என்பதைப் பற்றியும் கொண்டுள்ளது. வாசகர்கள் இக்கவிதைகளை வாசித்து அதனை உணர்வு பூர்வமாக ரசிக்கும் மாறு கேட்டுக் கொள்ளப்படுகிறார்கள்.

இந்த கவிதைகளின் தொகுப்பு என் மனதின் முதல் சாரல் மட்டுமே. இன்னும் பல கவிதைகளின் மழைச்சாரலில் நனைய காத்திருங்கள்.

1. அன்பு

எந்த மனதும் தன் வாழ்நாள் முழுவதும் ஏங்கி தவிப்பது ஒரு உண்மையான அன்பிற்காக மட்டுமே!!

ரசிகை

தூரத்தில் நீ இருக்க...

தனிமையில் நான் இருக்க...

துக்கத்தில் நாம் இருக்க...

வார்த்தைகள் வலிமை இழக்க...

கனவில் கவிதை பிறக்க...

கவிதையில் மொழி சிறக்க...

அதை நீ ரசிக்க...

என்றும் சிறக்கட்டும் நம் அன்பு!!!

கல்நெஞ்சகாரா...

உனக்காக உருகி எழுதுகிறேன் கவிதை,

உருகவில்லை உன் மனம்.

கல்லிலேயே உன் மனம்!!!

ஆனாலும் இரக்கமில்லை...

உனக்கு இரக்கம் இல்லை என்றாலும்,

உன்னை நினைக்க என்றுமே என் மனம் மறக்கவில்லை

உன்னை வெறுக்கவும் இல்லை.

உன் கல் நெஞ்சத்தையும் கரைக்கக் கூடியது...

என் உண்மையான அன்பு.

2. காதல்

நான்கு கண்களின் போராட்டத்தில், இரண்டு இதயங்களை
தோற்கடித்து... வென்றது காதல்!!!

கிடைத்தது காதல்

வண்ணங்களால் தீட்டினேன்,

ஓவியம் கிடைத்தது.

வார்த்தைகளால் எழுதினேன்,

காவியம் கிடைத்தது.

மலர்களால் தொடுத்தேன்,

பூமாலை கிடைத்தது.

என் கனவுகளை சேர்த்தேன்

நீ கிடைத்திருக்கிறாய்!!!

காதல் மனமும் மணமும்

எந்த மனதிற்கும் நினைவுகள் உண்டு.

என் மனதிற்கு மட்டுமே மணமும் உண்டு.

உன்னை சுமப்பதால் மட்டும்,

ஏனோ...

சில நேரங்களில் பூக்களின் மணம்,

சில நேரங்களில் புன்னகையின் மணம்,

என் மனதில் என்றுமே வீசட்டும்,

உன் மனதின் மணம்!!!

காதல் பிழை திருத்தும் நெஞ்சே

கவிதை பிழையானால் தவறில்லை,

எழுத்துக்களைத் திருத்தி விடலாம்.

வாழ்க்கை பிழையானாலும் தவறில்லை,

மனம் திருந்தி வாழ்ந்து விடலாம்.

காதல் பிழையானாலும் தவறில்லை,

தவறான இதயத்தை தேர்ந்து எடுத்தது.

அன்பு பிழையானல் மட்டுமே…

மனம் கனத்து விடுகிறது…

வாழ்க்கை முடிந்து விடுகிறது…

ஜென்மங்கள் தாண்டியும் தொடர்ந்து விடுகிறது!!!

வெட்கமும் போராட்டமும்

அழகும் ஆழமும்

பெண்ணின் வெட்கத்தில்,

காதல் அழகானது.

ஆணின் வெட்கத்தில்,

காதல் ஆழமானது.

போராட்டம்

காதல் போராட்டங்களில்,

இனித்த என் வார்த்தைகள்,

வாழ்க்கை போராட்டத்தில்

ஏனோ கசந்து விட்டது.

3. என்னவன்

என் எண்ண அலைகளால் மனதிற்குள்ளே பூட்டி வைத்த ஓர் அற்புத படைப்பு...

என் கனவின் பிரதிபலிப்பு... என்னவன் எனக்கானவன் எனக்குரியவன் !!!

என்னவனின் எண்ணங்கள்

என்னவனை...

நான் பிரிந்த நாட்கள் எல்லாம்,

நான் அவனை உணர்ந்த தருணங்கள்.

என்னவனை நான்...

பிரிந்த நாட்கள் எல்லாம்,

நான் அவனுக்காகவே உருகிய தருணங்கள்.

என்னவன் என் கைகோர்த்த நொடி முதல்...

நாங்கள்...

உயிராலும் உணர்வாலும் இணைந்த தருணங்கள் ஆயின.

என்னவன் முகம்

என்னவன் முகம்...

கடவுளின் அழகான படைப்பு.

கடவுளின் ஒரு அற்புத படைப்பு...

என்னவன் முகம்.

கடவுள் தீட்டிய ஓவியமோ...

கடவுளே செதுக்கிய சிற்பமோ...

உன் பேச்சுக்களால் மட்டுமல்ல,

உன் முக பாவனைகளாலும் நான் நெகிழ்ந்து போகிறேன்.

உன் பார்வையில் ஒரு ஓவியம் வரைந்திருக்கும்,

உன் புன் சிரிப்பில் ஒரு காவியம் ஒளிந்திருக்கும்,

என் மனதை களவாடிய அந்த முகம்...

என் நெஞ்சில் பதிந்திருக்கும்,

என்றுமே என்னவன் முகம்!!!

4. பிரிவும் துயரமும்

பிரிவென்பது சுமையானாலும் அந்த பிரிவிலும் சுகமும் துக்கமும் கலந்து தான் இருக்கும். புரிந்து கொள்ளும் மனம் இருந்தால் பிரிவும் சுகமான துக்கமே!!!

அந்த நொடி

உன்னை பிரிந்த நாட்கள் எல்லாம் ...

இருளாய் இருந்தது.

ஒரு நாள் உன்னை பார்த்திட மனம் ஏங்கியது,

உன்னை பார்த்த அந்த முதல் நொடி...

எனக்கு இந்த உலகமே,

நூறு கோடி மின்னல் தாக்கியது போல்...

ஒரு பரவசம்

பரவசத்தில் ஒரு வெளிச்சம் என் வாழ்வில் தோன்றியது,

இப்பொழுது நினைத்தாலும்,

அந்த ஒரு நொடியை என்னால் உணர முடிகிறது,

ஏனென்றால் ...

அந்த மின்னல் தாக்கியது...

இந்த சின்ன இதயத்தை.

சுமை

நீ இல்லாதது பாரம்...

என் இதயத்தில்.

நான் இருப்பது பாரம்...

உன் இதயத்தில்...

பல கோடி முறை காயப்பட்ட...

என் இதயம்,

பல லட்சம் கோடி முறை அழுத...

என் மனம்,

உன்னை மட்டும் பல கோடி முறை சுவாசிக்கிறது...

பல லட்சம் கோடி முறை இதயத்தில் சுமந்து துடிக்கிறது...

ஏனோ...

நான் என்றும் உனக்கு மட்டுமே சுமையானேன்!

தூரம் தொலைவல்ல

தூரத்தில் நீ இருந்த போதும்...

உன்னை பிரிந்ததில்லை இந்த மனம்.

பக்கத்தில் நீ இருந்தும்...

புரியாத அன்பினால்...

தூரமாகவே சென்றது என் மனம்.

புரிந்ததும் புரியாததும்

புரிந்த வார்த்தைகளுக்கு...

புது புது அர்த்தங்களை கொடுக்கும் இந்த வாழ்க்கை.

புரியாத உணர்வுகளையும்...

புன்னகையாலும் மௌனத்தாலும் தன்னை போர்த்திக் கொள்ளும்,

இந்த கள்ள மனம்.

ஆனால்...

புரிந்தும் புரியாமல் இருப்பது,

எதிர்பார்த்து எதிர்பாராமல் வாழ்வது,

என்றுமே நம் அன்பு மட்டும்தான்.

புரிவது நன்று

புரியாத இதயங்களோடும்,

புரிந்து கொள்ளாத உறவுகளோடும்,

வாழ்வதைவிட!!!

நம்மை புரிந்து கொள்ள முயற்சிக்கும்,

நம் மனதோடு,

நமக்காகவே...

வாழ்ந்து விடுவது நல்லது.

ஏனென்றால்...

புரியாத காதல் உறவு...

பிரிந்ததற்கு சமம்.

என் அன்பு பிழையில்லை

உனக்காகவே என் இதயம் துடித்த போதும்,

உனக்கு என் அன்பு புரியவில்லை.

உன்னை மட்டுமே என் இதயம் சுமந்த போதும்,

ஒரு நாளும் என் இதயம் கனத்ததில்லை.

என்று உன் மனதில் எனக்கு இடமில்லை என்று,

என் மனம் உணர்ந்ததோ...

அந்த ஒரு நொடியில்...

என் இதய வாசல் சுடுகாடானது!!!

என் ஆவி என்னை பிரிந்தே போனது!!!

5. உணர்வுகள்

பல தருணங்களில் இதயத்தில் ஏற்படும் நினைவுகளால்... எண்ண அலைகளால்... தோன்றுவது தான் மனிதனின் உணர்வுகள்

என் மென்மை உணர்வு

நான் மென்மையானவள் என்பது என் எண்ணம்,

அந்த மென்மை உணர்வை தந்தது உன்ன அன்பு,

புன்னகை செய்ய ஆயிரம் காரணம் உண்டு...

உன்னை நினைத்து நான் புன்னகை செய்யும் பொழுது,

ஓராயிரம் நட்சத்திரம்...

ஓர் ஆயிரம் பட்டாம் பூச்சிகள்...

..... எண்ணங்களால்

..... உணர்வுகளால்

..... வண்ணங்களால்

நம் காதலை ஜென்மங்கள் வாழ்த்துகிறது.

உணர்வும் உள்ளமும்

உணர்வு என்பது...

உள்ளத்தில் பதியும் நினைவுகளின் அடையாளம்.

நினைவு என்பது...

உள்ளத்தில் எழும் உணர்வுகளின் பொக்கிஷம்.

காதல் என்பது...

நம் உணர்வுகளை இன்னொருவரின் இதயத்தில்...

இணைக்கும் சங்கமம்.

6. வாழ்க்கை

எண்ண அலைகளால் தீட்டிய வண்ண ஓவியம் தான் மனிதனின் வாழ்க்கை!!!

மௌன வாழ்வு

மௌனத்தில் வாழ்கின்ற காதல்...

வலியானது.

மௌனமாகவே வாழ்கின்ற காதல்...

வலிமையற்றது.

மௌனத்தையும் புரிந்து கொள்ளும் காதல் மட்டுமே...

வலிமையானது.

வலியோடு வாழ்கிறேன்...

சேர்ந்துவிடலாம் வலிமையாகிவிடும்...

வழியும் தெரிந்துவிடும்!!!

அர்த்தமற்ற வாழ்க்கை

உன் அவசர அவசிய வாழ்க்கையில்,

என்னை உன் இதயத்திலும்,

உன் எண்ணத்திலும்...

நீ நினைக்காத போது,

என் வாழ்க்கையே அர்த்தமற்று போனது

7. நினைவு

ஒவ்வொரு நொடியும் மனதிற்குள்ளே ஓடிக்கொண்டிருக்கும் உணர்வு தான் நினைவு!

இறந்த காலமோ, நிகழ்காலமோ, எதிர்காலமோ... நினைவுக்கு மட்டுமே நினைவு உண்டு!!!

நினைவும் நிழலும்

நினைவுகள் என்றுமே,

முடிந்தவைகளுக்கான சிந்தனை.

எண்ணங்கள் என்றுமே,

முடிவில்லாத கற்பனை.

நினைவுகளால் நெகிழ்ந்து போகும் நாம்...

எண்ண அலைகளால் அவதிப்படுகிறோம்.

நினைவுகள் கடந்த கால வடிவங்கள்,

எண்ணங்கள் நிகழ்கால நிழல்கள்.

வடிவங்களை மாற்றி அமைப்பது கடினம்,

நிழலாக பின் இருப்பது சுலபம்,

நிழலாகவே வாழ நினைக்கிறேன்...

உன் நினைவையே எண்ணிக் கொண்டிருக்கும்...

உன் இதயம்!!!

நிலைத்திருப்பது உன் நினைவுகள்

உன்னை நான் பிரிந்த முதல் தருணம்,

நினைவில் நின்றாலும்...

உன்னை என்னுள் உணர்ந்த,

அந்த ஒரு நொடி பொழுது,

என் உயிரில் நிலைத்திருக்கும்.

உனக்கென வாழும் ஒவ்வொரு நொடியும்,

நினைவில் தேங்குகிறது நினைவழிகளாய்.

உன் நினைவலைகள்,

எனக்குள் ஓடுகிறது உயிரோட்டமாய்.

என்று என் இதயம் நினைக்க மறக்கிறதோ,

அன்று என் உயிரோட்டம் இன்று போகும்.

அவ்வளவு எளிது இல்லை...

என் மனதில் உன் சிந்தனை.

கடவுளிடம் மனு ஒன்று அனுப்பி இருக்கிறேன்,

என் உயிரோட்டம் இன்று போதும்,

என் நினைவை அழிக்க வேண்டாம் என்று!

இந்த ஜென்மம் இல்லை,

எத்தனை ஜென்மங்கள் ஆனாலும்...

உன் நினைவை மட்டும் சுமக்கட்டும்...

என் இதயம்!

என்றும் என் நினைவில் உன் சிந்தனைகள் மட்டும்,

என் உயிரோட்டம் உன் சிந்தனைகளால் மட்டும்!!!

மாறாத படபடப்பு

பல நூறு முறையல்ல,

பல ஆயிரம் முறை அல்ல,

பல லட்சம் முறை அல்ல,

பல கோடி முறையும் அல்ல,

என்னவனே...

எத்தனை முறை உன்னை நினைத்தாலும்,

ஒரு நொடி இதயம் படபடத்து...

துடிக்கத்தான் செய்கிறது!!!

ஒவ்வொரு துடிப்பிலும்...

உன் நினைவு இனிக்கத்தான் செய்கிறது!!!

எதிர்பாரா எதிர்பார்ப்பு

எதிர்பார்த்து இருந்த வசந்த காலத்தில்,

தொலைந்து போனது என் நிகழ்காலம்.

சரியென்று...

நிகழ்காலத்தை சரி செய்தவள்,

எதிர்பாராமல்...

என் எதிர்காலத்தையே தொலைத்து விட்டேன்!

உன் நினைவுகளால்...

நிறைவு கவிதைச் சாரல்

எந்த முடிவும் இன்னொன்றின் ஆரம்பம்...

இந்த கவிதைச் சாரல்,

ஒரு முடிவில்லா ஆரம்பம்!

பலமான வாழ்க்கை போராட்டத்தில்,

அனுபவங்கள் சாரல் மழைகளாய் தொடரும்...

காத்திருக்கட்டும் இந்த கவிதைச் சாரல் மழை,

கவிதையை உணர்ந்து நினைவில் உள்வாங்கும் ரசிகர்-
களுக்காக!!!

www.ingramcontent.com/pod-product-compliance
Lightning Source LLC
LaVergne TN
LVHW090133160826
845673LV00017B/2457

* 9 7 9 8 8 9 2 3 3 6 8 2 6 *